school - ትምህርት ቤት 2
reis - ጉዞ 5
transport - መጓጓዣ 8
stad - ከተማ 10
landschap - መልክዓምድር 14
restaurant - ምግብ ቤት 17
supermarkt - የሸቀጣ ሸቀጥ መደብር 20
dranken - መጠጦች 22
eten - ምግብ 23
boerderij - እርሻ 27
huis - ቤት 31
woonkamer - ሳሎን 33
keuken - ማድቤት 35
badkamer - መታጠቢያ ቤት 38
kinderkamer - የልጅ ክፍል 42
kleding - አልባሳት 44
kantoor - ቢሮ 49
economie - ኢኮኖሚ 51
beroepen - የስራ ሙያዎች 53
gereedschap - መሳሪያዎች 56
muziekinstrumenten - የሙዚቃ መሳሪያዎች 57
dierentuin - የደር እንስሳት ማቆያ 59
sport - የስፖርት አይነቶች 62
activiteiten - እንቅስቃሴዎች 63
familie - ቤተሰብ 67
lichaam - አካል 68
ziekenhuis - ሆስፒታል 72
noodgeval - ድንገተኛ 76
aarde - ምድር 77
klok - ሰዓት 79
week - ሳምንት 80
jaar - ዓመት 81
vormen - ቅርፆች 83
kleuren - ቀለማት 84
tegenstellingen - ተቃራኒዎች 85
getallen - ቁጥሮች 88
talen - ቋንቋዎች 90
wie / wat / hoe - ማን/ ምን/ እንዴት 91
waar - የት 92

Impressum
Verlag: BABADADA GmbH, Nedderfeld 112 , 22529 Hamburg
Geschäftsführer / Verlagsleitung: Harald Hof
Druck: Books on Demand GmbH, In de Tarpen 42, 22848 Norderstedt

Imprint
Publisher: BABADADA GmbH, Nedderfeld 112 , 22529 Hamburg, Germany
Managing Director / Publishing direction: Harald Hof
Print: Books on Demand GmbH, In de Tarpen 42, 22848 Norderstedt, Germany

1

school

ትምህርት ቤት

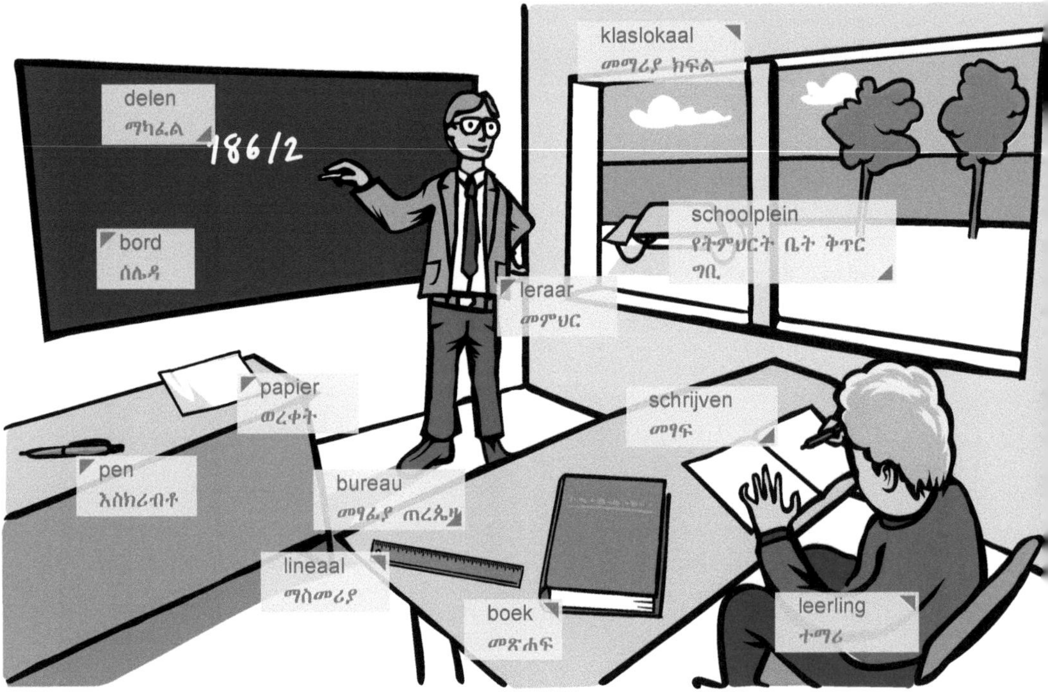
klaslokaal
መማሪያ ክፍል
delen
ማካፈል
186/2
bord
ሰሌዳ
schoolplein
የትምህርት ቤት ቅጥር ግቢ
leraar
መምህር
papier
ወረቀት
schrijven
መፃፍ
pen
እስክሪብቶ
bureau
መፃፊያ ጠረጴዛ
lineaal
ማስመሪያ
boek
መጽሐፍ
leerling
ተማሪ

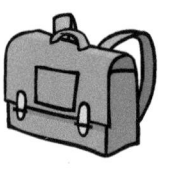

schooltas

የጀርባ ቦርሳ

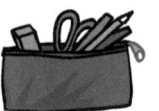

etui

የእርሳስ መያዣ

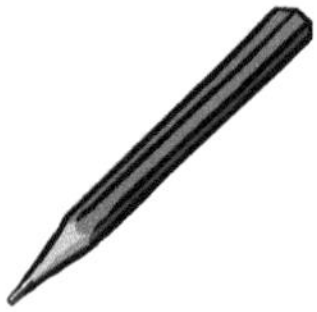

potlood

እርሳስ

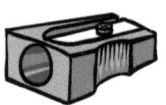

puntenslijper

የእርሳስ መቅረጫ

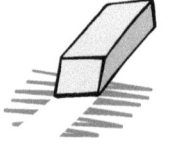

gum

ላጲስ

schetsblok

የስዕል ደብተር

tekening

ስዕል

penseel

የቀለም ብሩሽ

verfdoos

የቀለም ሳጥን

schaar

መቀስ

lijm

ማጣበቂያ

schrift

መልመጃ ደብተር

huiswerk

የቤት ስራ

getal

ቁጥር

optellen

መደመር

aftrekken

መቀነስ

vermenigvuldigen

ማባዛት

rekenen

ቁጥሮችን ማስላት

letter

ደብዳቤ

alfabet

ፊደላት

woord

ቃል

tekst

ፅሑፍ

lezen

ማንበብ

krijt

ጠመኔ

les

ትምህርት

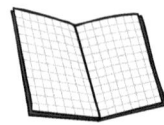

klassenboek

ምዝገባ

examen

ፈተና

diploma

ሰርተፊኬት

schooluniform

የትምህርት ቤት የደንብ ልብስ

opleiding

ትምህርት

encyclopedie

አዉደ ጥበብ

universiteit

ዩኒቨርስቲ

microscoop

የምርምር አጉሊ መሳርያ

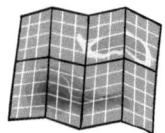

kaart

ካርታ

prullenmand

የቆሻሻ ወረቀት መጣያ ቅርጫት

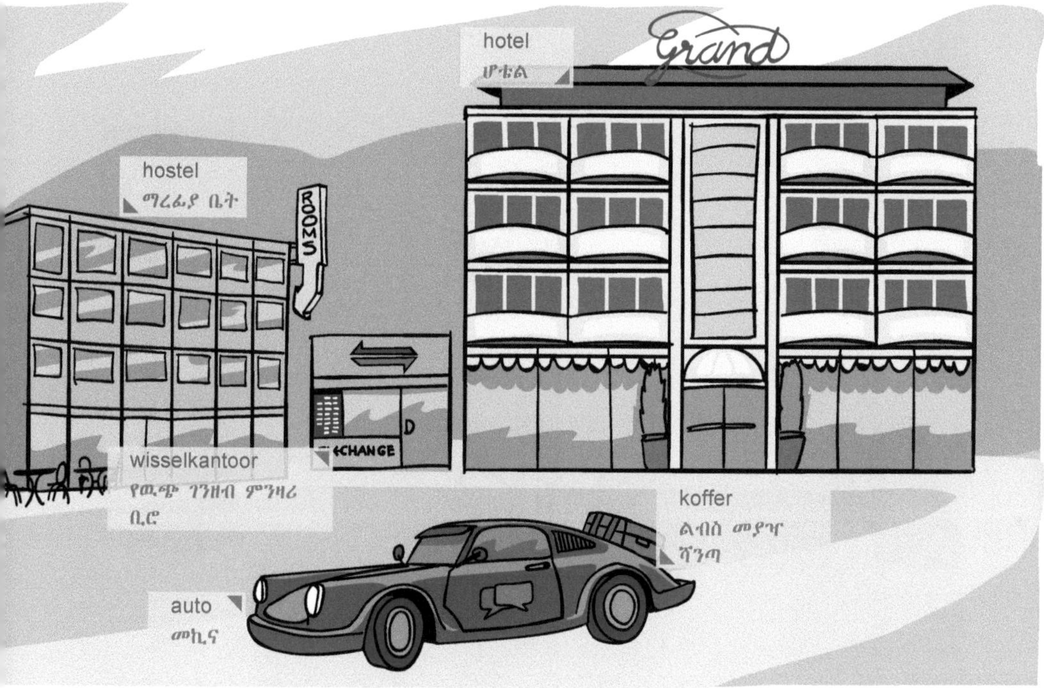

hotel
ሆቴል
hostel
ማረፊያ ቤት
ROOMS
wisselkantoor
የዉጭ ገንዘብ ምንዛሪ ቢሮ
koffer
ልብስ መያዣ ሻንጣ
auto
መኪና

taal

ቋንቋ

ja / nee

አዎ/ አይደለም

oké

እሺ

Hallo!

ሰላም

tolk

አስተርጓሚ

Bedankt.

አመሰግናለሁ

Wat kost ...?

ስንት ነዉ.......?

Ik begrijp het niet.

አልገባኝም

probleem

እክል

Goedenavond!

እንደምን አመሹ!

Goedemorgen!

እንደምን አደሩ!

Goedenacht!

መልካም ምሽት!

Tot ziens!

ደህና ይሰንብቱ

richting

አቅጣጫ

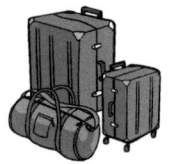

bagage

ሻንጣ

tas

ቦርሳ

rugzak

የጀርባ ቦርሳ

gast

እንግዳ

kamer

ክፍል

slaapzak

የመተኛ ቦርሳ

tent

ድንኳን

VVV-kantoor

የጎብኚዎች መረጃ

strand

የባህር ዳርቻ

creditkaart

ክሬዲት ካርድ

ontbijt

ቁርስ

lunch

ምሳ

diner

እራት

kaartje

ቲኬት

lift

አሳንሰር

postzegel

ማህተም

grens

ድንበር

douane

ባህሎች

ambassade

ኤምባሲ

visum

ቪዛ/የይለፍ ወረቀት

paspoort

ፓስፖርት

transport

ጓጓዣ

vliegtuig
አዉሮፕላን
schip
መርከብ
brandweerwagen
የእሳት አደጋ መኪና
bus
vrachtauto
የጭነት መኪና
motorboot
የሞተር ጀልባ
fiets
ብስክሌት
auto
መኪና

veerboot

የማመላለሻ ጀልባ

boot

ጀልባ

motorfiets

የሞተር ብስክሌት

politiewagen

የፖሊስ መኪና

raceauto

የዉድድር መኪና

huurauto

የኪራይ መኪና

carsharing

የመኪና መጋራት

takelwagen

ጎታች መኪና

vuilniswagen

የቆሻሻ ጭነት መኪና

motor

ሞተር

benzine

ነዳጅ

benzinepomp

የቤንዚን ማደያ

verkeersbord

የመንገድ ምልክት

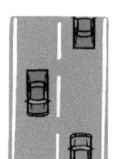

verkeer

የመኪኖች እንቅስቃሴ

file

የመኪና መጨናነቅ

parkeerplaats

የመኪና ማቆሚያ

station

የባቡር ጣቢያ

rails

የባቡር ሀዲዶች

trein

ባቡር

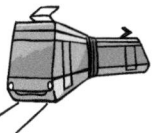

tram

የኤሌክትሪክ ባቡር

wagon

ሰረገላ

helikopter

ሄሊኮፕተር

luchthaven

አየር ማረፊያ

toren

ማማ

passagier

መንገደኛ

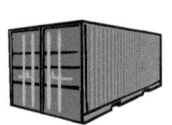

container

ማስቀመጫ፤ ማጠራቀሚያ

verhuisdoos

ካርቶን እቃ ማሸጊያ

kar

ጋሪ፤ ተሳቢ

mand

ቅርጫት

opstijgen / landen

መነሳት/ ማረፍ

stad

ከተማ

dorp

መንደር

stadscentrum

የከተማ ማዕከል

huis

ቤት

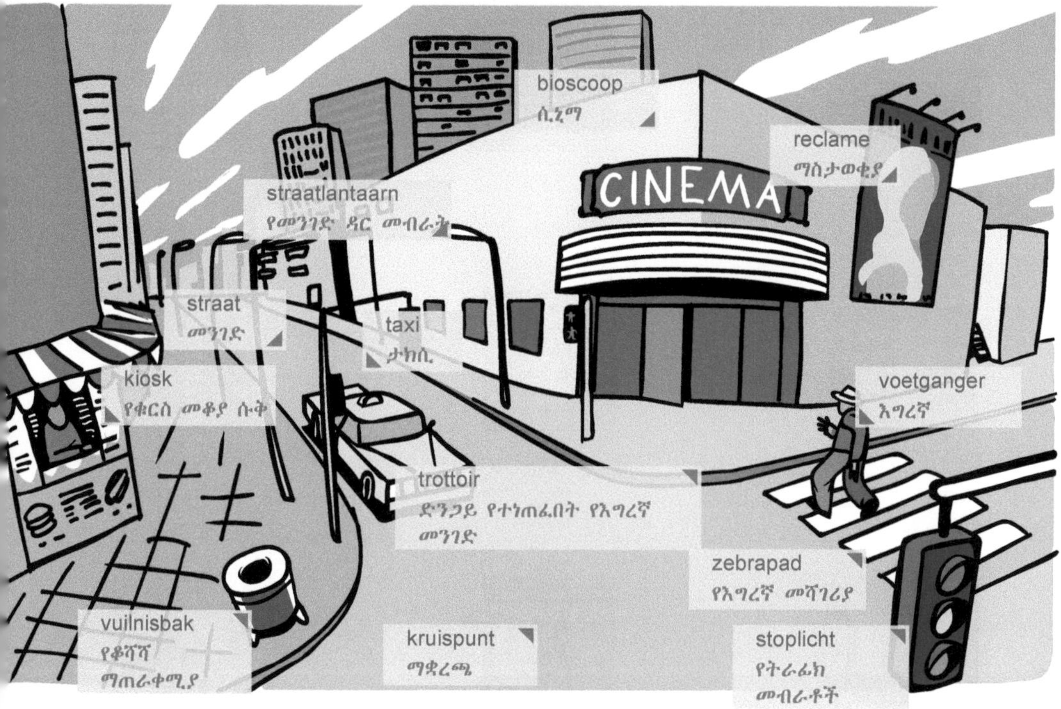
CINEMA
bioscoop
ሲኒማ
reclame
ማስታወቂያ
straatlantaarn
የመንገድ ዳር መብራት
straat
መንገድ
taxi
ታክሲ
kiosk
የቁርስ መቆያ ሱቅ
voetganger
እግረኛ
trottoir
ድንጋይ የተነጠፈበት የእግረኛ
መንገድ
zebrapad
የእግረኛ መሻገሪያ
vuilnisbak
የቆሻሻ
ማጠራቀሚያ
kruispunt
ማቋረጫ
stoplicht
የትራፊክ
መብራቶች

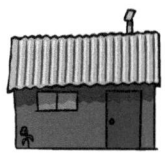

hut

ጎጆ

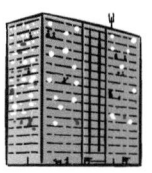

appartement

አፓርታማ

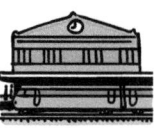

station

የባቡር ጣቢያ

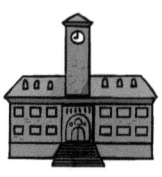

stadhuis

የከተማ አዳራሽ

MUSEUM

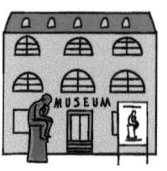

museum

ቤተ መዘክር

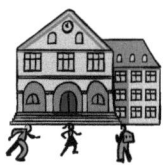

school

ትምህርት ቤት

universiteit

ዩኒቨርስቲ

bank

ባንክ

ziekenhuis

ሆስፒታል

hotel

ሆቴል

apotheek

መድሐኒት ቤት

kantoor

ቢሮ

boekenwinkel

መፅሐፍ መሸጫ

winkel

ሱቅ

bloemenwinkel

የአበባ መሸጫ

supermarkt

የሸቀጣ ሸቀጥ መደብር

markt

ገበያ ስፍራ

warenhuis

መደብር

visboer

የዓሳ ነጋዴ

winkelcentrum

የገበያ ማዕከል

haven

ወደብ

park

መናፈሻ ቦታ

bank

አግዳሚ ወንበር

brug

ድልድይ

trap

ደረጃዎች

metro

ዉስጥ ለዉስጥ

tunnel

ዋሻ

bushalte

የአዉቶቡስ ፌርማታ

bar

ባር

restaurant

ምግብ ቤት

brievenbus

የፖስታ ሳጥን

straatnaambord

የመንገድ ምልክት

parkeermeter

የመኪና ማቆሚያ ሒሳብ የሚያሰላ
ማሽን

dierentuin

የደር እንስሳት ማቆያ

zwembad

የመዋኛ ገንዳ

moskee

መስጊድ

boerderij

እርሻ

vervuiling

የሚበክል ነገር

begraafplaats

መቃብር ስፍራ

kerk

ቤተ ክርስቲያን

speelplaats

መጫወቻ ሜዳ

tempel

ቤተ መቅደስ

landschap

መልከዓምድር

blad
ቅጠል

wegwijzer
የመንገድ ላይ
ምልክት

weg
መንገድ

weide
አረንጓዴ መስክ

steen
ድንጋይ

boom
ዛፍ

wandelaar
በእግሩ የሚጓዝ

rivier
ወንዝ

gras
ሳር

bloem
አበባ

vallei

ሸለቆ

berg

ኮረብታ

meer

ሀይቅ

bos

ጫካ

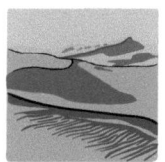

woestijn

በረሃ

vulkaan

እሳተ ገሞራ

kasteel

ግምብ

regenboog

ቀስተ ዳመና

paddenstoel

እንጉዳይ

palmboom

የቴምብር ዛፍ/ ዘንባባ

mug

ቢንቢ./ የወባ ትንኝ

vlieg

በራሪ

mier

ጉንዳን

bij

ንብ

spin

ሸረሪት

kever

ጢንዚዛ

kikker

እንቁራሪት

eekhoorn

ሽኮኮ

egel

ጃርት

haas

ጥንቸል

uil

ጉጉት ወፍ

vogel

ወፍ

zwaan

የዉሃ ዳክዬ

wild zwijn

ከርከሮ

hert

አጋዘን

eland

አጋዘን

stuwdam

ግድብ

windmolen

በነፋስ የሚሽከረከር

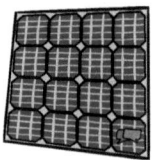

zonnepaneel

የፀሀይ ፓኔሎ

klimaat

አየር ንብረት

restaurant

ምግብ ቤት

ober
አስተናጋጅ
menu
stoel
ወንበር
soep
ሾርባ
pizza
ፒዛ
bestek
መክተፊያ
tafelkleed
የጠረጴዛ ጨርቅ

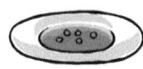

voorgerecht

የምግብ ፍላጎትን የሚከፍት ምግብ

hoofdgerecht

ዋና ምግብ

toetje

ማጣጣሚያ ተከታይ ምግብ

dranken

መጠጦች

eten

ምግብ

fles

ጠርሙስ

fastfood

ፈጣን ምግብ

eetkraampje

የመንገድ ምግብ

theepot

የሻይ ማንቆርቆሪያ

suikerpot

የስኳር እቃ

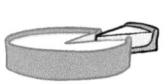

portie

ድርሻ

espressomachine

የቡና ማፊያ ማሽን

kinderstoel

ባለጌ ወንበር

rekening

የክፍያ ደረሰኝ

dienblad

ትሪ

mes

ቢላዋ

vork

ሹካ

lepel

ማንኪያ

theelepel

የሻይ ማንኪያ

servet

ልብስ ምግብ እንዳይነካ የሚረዳ
ጨርቅ

glas

ብርጭቆ

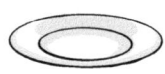

bord

ዝርግ ሰሀን

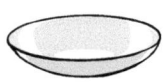

soepbord

የሾርባ ጎድጓዳ ሰሀን

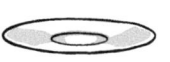

schotel

የስኒ ማስቀመጫ

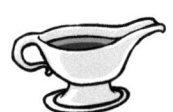

saus

ማጣፈጫ ስጎ

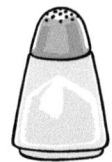

zoutvaatje

የጨዉ እቃ

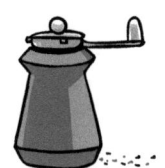

pepermolen

የተፈጨ ቃሪያ

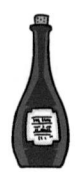

azijn

ኮምጣጤ

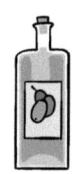

olie

የምግብ ዘይት

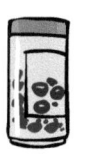

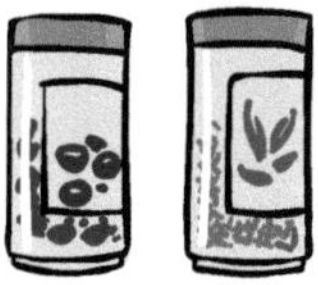

kruiden

ቀመማ ቅመሞች

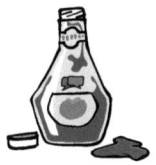

ketchup

የቲማቲም ድልህ

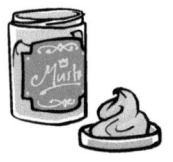

mosterd

ሰናፍጭ

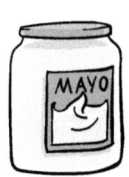

mayonaise

ማዮኒዝ

supermarkt

የሸቀጣ ሸቀጥ መደብር

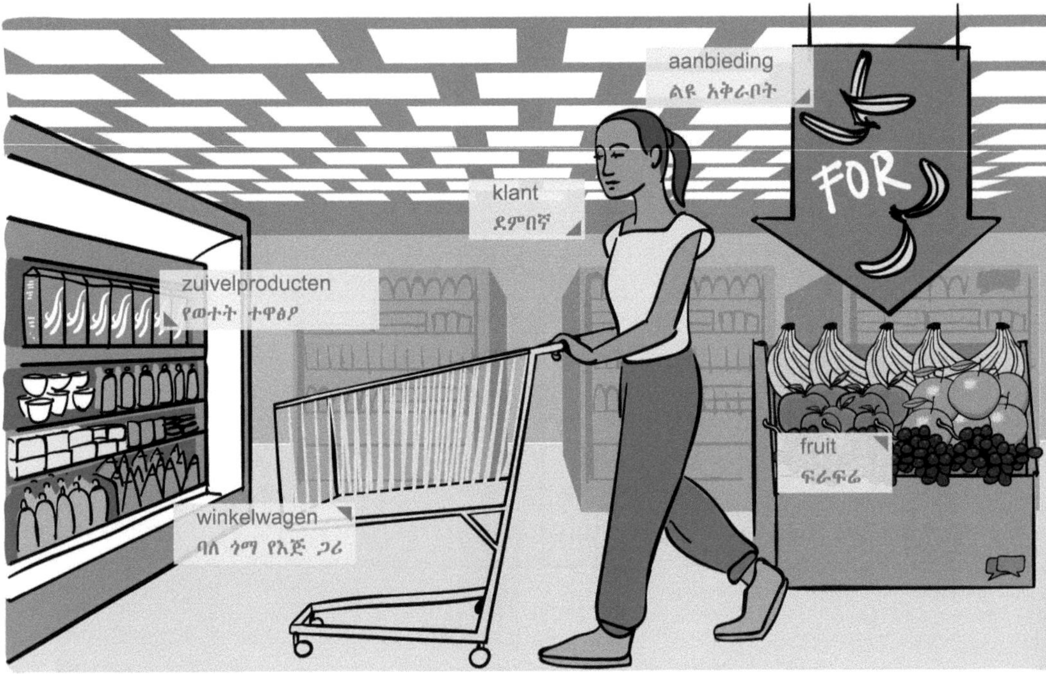
aanbieding
ልዩ አቅራቦት
FOR
klant
ደምበኛ
zuivelproducten
የወተት ተዋፅዖ
fruit
ፍራፍሬ
winkelwagen
ባለ ጎማ የእጅ ጋሪ

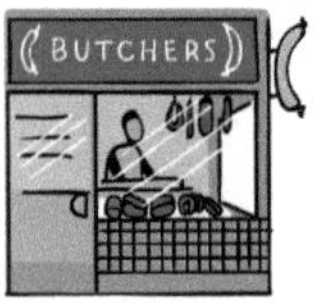
BUTCHERS

slager

ሉካንዳ ነጋዴ

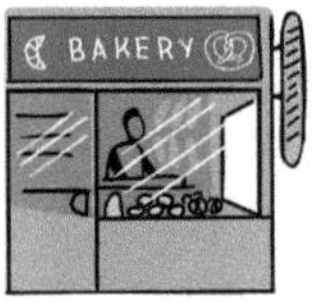
BAKERY

bakkerij

መጋገርያ

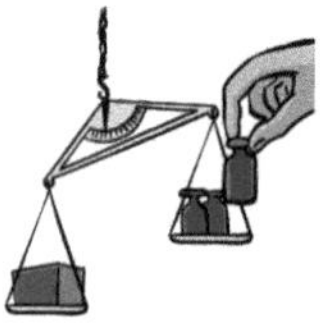

wegen

ክብደት መመዘን

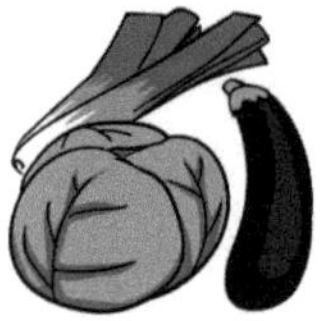

groente

ቅጠላ ቅጠል አትክልት

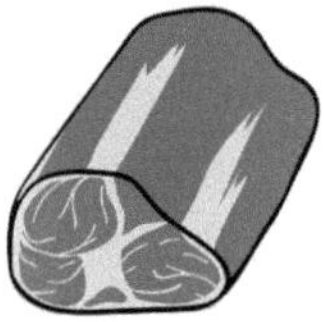

vlees

ስጋ

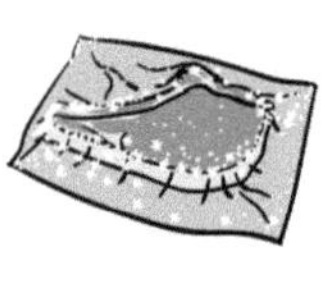

diepvriesproducten

የቀዘቀዘ/የረጋ ምግብ

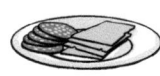

vleeswaren
....
ቀዝቃዛ ቁራጭ

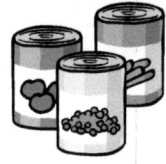

conserven
....
የታሸገ ምግብ

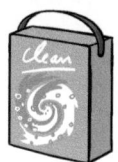

wasmiddel
....
የማጠቢያ ዱቄት

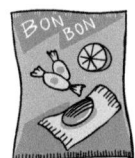

snoepgoed
....
ጣፋጮች

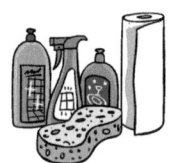

huishoudelijke artikelen
....
የቤት ዉስጥ ዉጤቶች

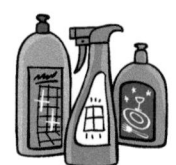

schoonmaakmiddel
....
የፅዳት ምርቶች

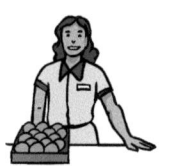

verkoopster
....
የሽያጭ ባለሙያ

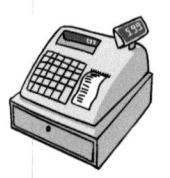

kassa
....
የገንዘብ መመዝገቢያ ማሽን

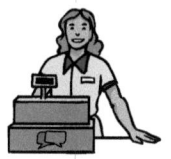

kassier
....
የሒሳብ ሰራተኛ

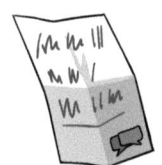

boodschappenlijstje
....
የግዢ ዝርዝር

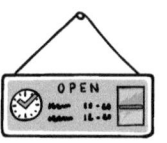

openingstijden
....
ክፍት ሰዓታት

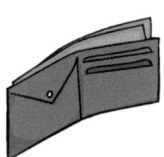

portefeuille
....
የኪስ ቦርሳ

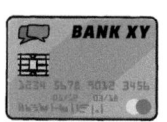

creditkaart
....
ክሬዲት ካርድ

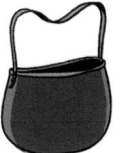

tas
....
ቦርሳ

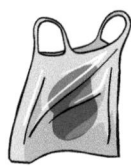

plastic zak
....
የፕላስቲክ ቦርሳ

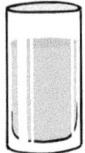

dranken
መጠጦች

water

ውሃ

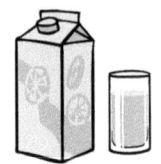

sap

ጭማቂ

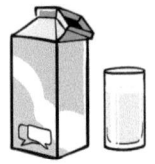

melk

ወተት

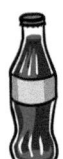

cola

ኮካ-ኮላ

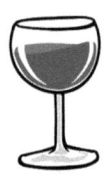

wijn

ወይን

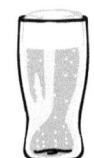

bier

ቢራ

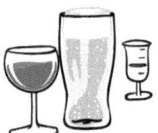

alcohol

አልኮል

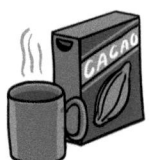

chocolademelk

ኮካ

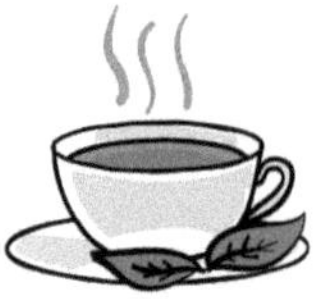

thee

ሻይ

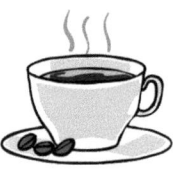

koffie

ቡና

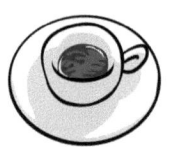

espresso

የተፈላ ቡና

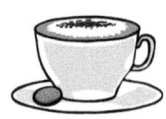

cappuccino

ካፕቺኖ

banaan

ሙዝ

appel

ፖም

sinaasappel

ብርቱካን

watermeloen

ሀብሀብ

citroen

ሎሚ

wortel

ካሮት

knoflook

ነጭ ሽንኩርት

bamboe

ሽምበቆ

ui

ቀይ ሽንኩርት

paddenstoel

እንጉዳይ

noten

ለዉዝ

pasta

የህፃናት ምግብ

spaghetti

ፓስታ

rijst

ሩዝ

salade

ሰላጣ

friet

የድንች ጥብስ

gebakken aardappelen

ድንች ጥብስ

pizza

ፒዛ

hamburger

ዳቦ ዉስጥ በስሱ ተጠብሶ የገባ ስጋ

sandwich

ሳንድዊች

schnitzel

ጥሬ ስጋ

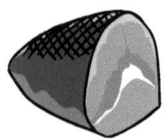

ham

የአሳማ ስጋ

salami

በቅመምና በጨዉ የታሸ ምግብ ቀዝቅዞ የሚበላ ሾርባ ምግብ

worst

ቋሊማ

kip

ዶሮ

gebraad

ጥብስ

vis

አሳ

havermout

የአጃ ገንፎ

muesli

ከወተት ጋር ተደባልቀዉ የሚበሉ
ምግቦች

cornflakes

የበቆሎ ቅርፊት

meel

ዱቄት

croissant

ኩራሳ

broodjes

ድብልብል ዳቦ

brood

ዳቦ

toast

መጥበስ

koekjes

ብስኩት

boter

ቅቤ

kwark

እርጎ

taart

ኬክ

ei

እንቁላል

gebakken ei

እንቁላል ጥብስ

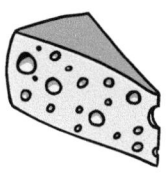

kaas

አይብ

ijs

የበረዶ ክሬም

suiker

ስኳር

honing

ማር

jam

ማርማላት

chocoladepasta

የተናጠ የወተት ክሬም

kerrie

ማጣፈጫ

boerderij
የገበሬ ቤት

schuur
የእህልና የከብት ማቀመጫ
ቤት

paard
ፈረስ

hooibaal
የሣር ክምር

veld
ሜዳ

aanhangwagen
ተሳቢ መኪና

veulen
የፈረስ ዉርንጭላ

tractor
የእርሻ መኪና

ezel
አህያ

lam
የበግ ጠቦት

schaap
በግ

geit

ፍየል

koe

ላም

kalf

ጥጃ

varken

አሳማ

big

ግልገል አሳማ

stier

ኮርማ

gans

ዝይ

eend

ዳክዬ

kuiken

የዶሮ ጫጩት

kip

ዶሮ

haan

አዉራ ዶሮ

rat

አይጥ

kat

ደድመት

muis

አይጥ

os

በሬ

hond

ዉሻ

hondenhok

የዉሻ ቤት

tuinslang

የአትክልት ቦታ

gieter

ዉሃ ማጠጫ ባልዲ

zeis

ረጅም ማጭድ

ploeg

ማረሻ

sikkel

ማጭድ

schoffel

መኮትኮቻ

hooivork

የእህል መንሽ

bijl

መጥረቢያ

kruiwagen

ኩርኩር/ የእጅ ጋሪ

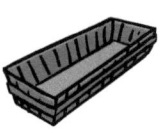

trog

ገንዳ

melkbus

የወተት ዕቃ

zak

ጆንያ ከረጢት

hek

አጥር

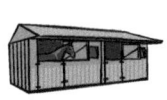

stal

የፈረስ ጋጣ

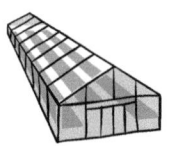

broeikas

ዕፅዋት ማሳደጊያ የመስታዉት ቤት

grond

አፈር

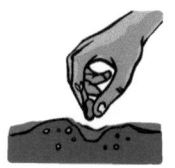

zaad

ዘር

mest

የመሬት ማዳበሪያ

maaidorser

ጥምር ማረሻ

oogsten

አዝመራ መሰብሰብ

oogst

አዝመራ

yam

ድንች

tarwe

ስንዴ

soja

ሶያ

aardappel

ድንች

maïs

በቆሎ

koolzaad

የከብት መኖ

fruitboom

የፍሬ ዛፍ

maniok

የካሳቫ ዛፍ

granen

እህል

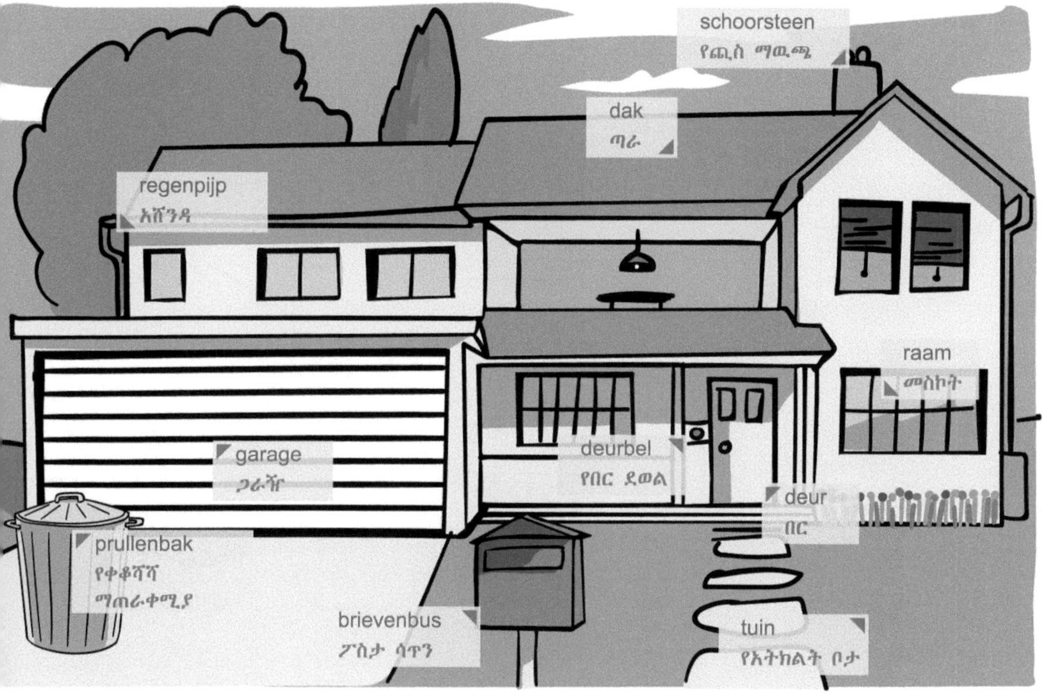

schoorsteen
የጭስ ማዉጫ

dak
ጣራ

regenpijp
አሻንዳ

raam
መስኮት

garage
ጋራዥ

deurbel
የበር ደወል

deur
በር

prullenbak
የቀቆሻሻ
ማጠራቀሚያ

brievenbus
ፖስታ ሳጥን

tuin
የአትክልት ቦታ

woonkamer

ሳሎን

badkamer

መታጠቢያ ቤት

keuken

ማድቤት

slaapkamer

መኝታ ቤት

kinderkamer

የልጅ ክፍል

eetkamer

መመገቢያ ክፍል

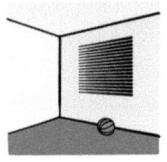

vloer

ወለል

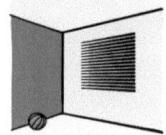

muur

ግድግዳ

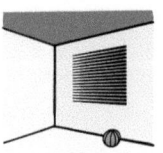

plafond

ጣሪያ

kelder

ምድር ቤት

sauna

በእንፋሎት ሙቀት መታጠቢያ ቤት

balkon

ሰገነት

terras

ከፍ ያለ መደብ

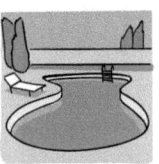

zwembad

የመዋኛ ገንዳ

grasmaaier

የማጨጃ መኪና

laken

አንሶላ

bedsprei

የአልጋ ልብስ

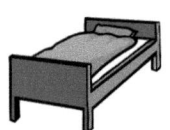

bed

አልጋ

bezem

መጥረጊያ

emmer

ባልዲ

schakelaar

ማብሪያና ማጥፊያ

woonkamer

ሳሎን

behang
የግድግዳ ወረቀት
foto
ፎቶ
lamp
መብራት
plank
መደርደሪያ
kast
ቁም ሳጥን፤ ካቢኔ
televisie
open haard
የእሳት መሞቂያ
bloem
አበባ
kussen
ትራስ
bankstel
ሶፋ
vaas
የአበባ ማስቀመጫ
afstandsbediening
ሪሞት ኮንትሮል

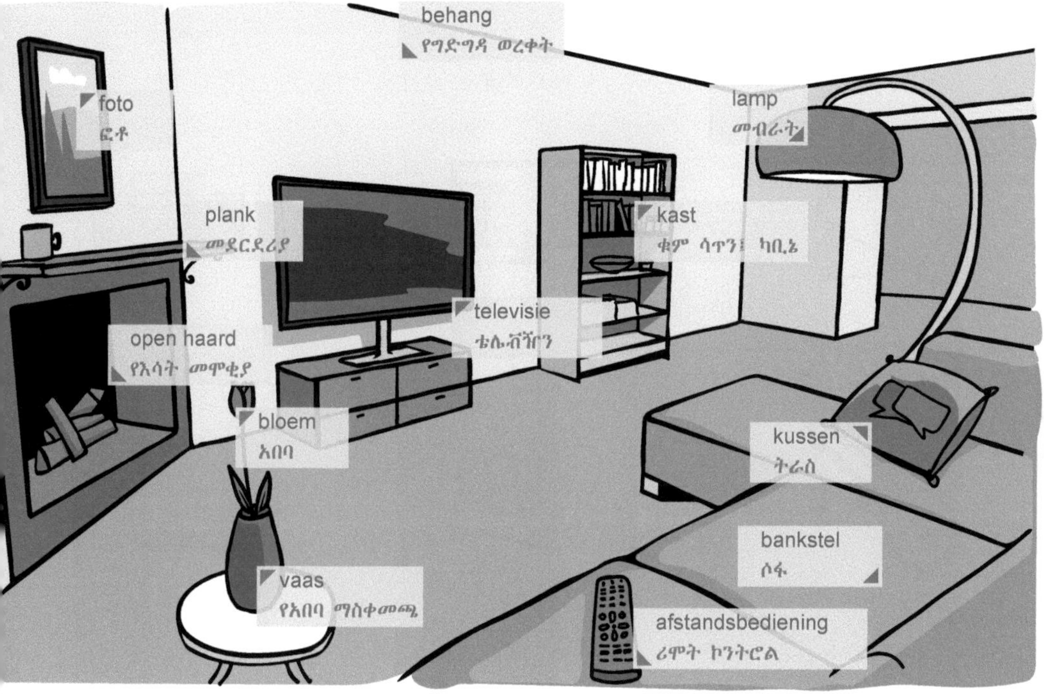

tapijt

ንጣፍ

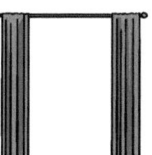

gordijn

መጋረጃ

tafel

ጠረጴዛ

stoel

ወንበር

schommelstoel

ተወዛዋዥ ወንበር

stoel

ባለመደገፊያ ወንበር

boek

መጽሐፍ

deken

ብርድ ልብስ

decoratie

ጌጥ

brandhout

ማገዶ

film

ፊልም

stereo-installatie

የሙዚቃ መማጫወቻ

sleutel

ቁልፍ

krant

ጋዜጣ

schilderij

ስዕል

poster

የተለጠፈ ማስታወቂያ እንደ ስዕል

radio

ራዲዮ

kladblok

ማስታወሻ ደብተር

stofzuiger

የአየር ማፅጃ ለምንጣፍ

cactus

ቁልቋል

kaars

ሻማ

keuken
ማድቤት

koelkast
ማቀዝቀዣ
magnetron
ማይክሮዌቭ ምግብ ማብሰያ
keukenweegschaal
የኩሽና መመዘኛ ሚዛን
toaster
ዳቦ መጥበሻ
schoonmaakmiddel
ንፁህ ማድረጊያ
oven
ምድጃ
vriesvak
ማቀዝቀዣ
prullenbak
የቆሻሻ ማጠራቀሚያ
vaatwasser
እቃ ማጠቢያ

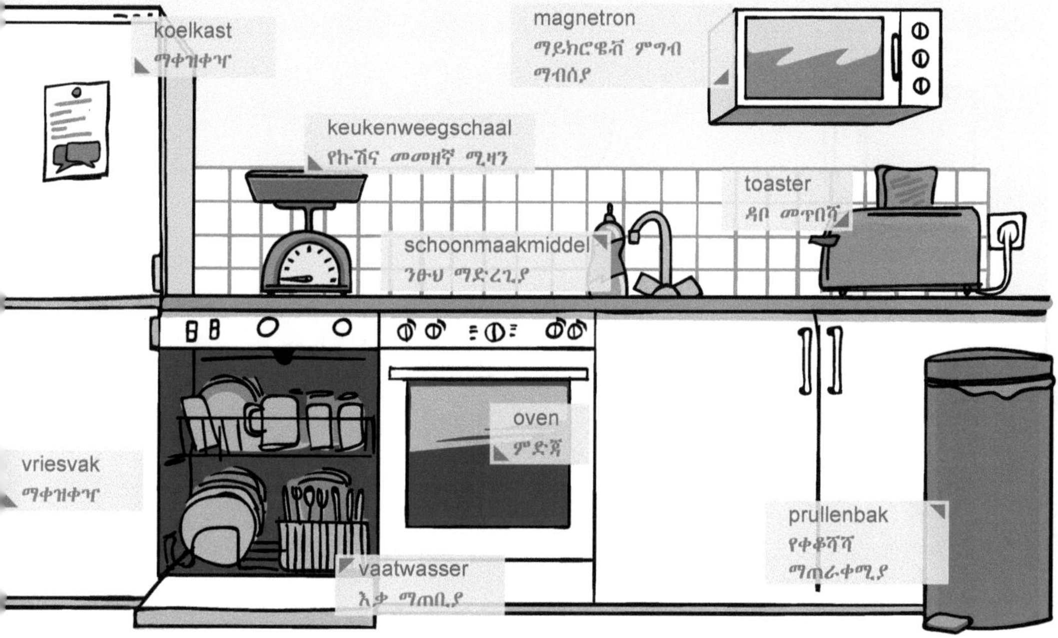

fornuis

ምግብ አብሳይ

pan

ማሰሮ

gietijzeren pan

የብረት ማሰሮ

wok / kadai

ምግብ ማብሰያ ዝርግ ድስት

koekenpan

የምግብ መጥበሻ

ketel

ማንቆርቆሪያ

stoomkoker

የእንፋሎት ማብሰያ

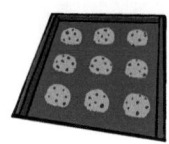

bakplaat

የመጋገሪያ ትሪ

servies

ሰብስቦች

beker

ትልቅ ኩባያ

kom

ጎድጓዳ ሳህን

eetstokjes

ቾፕስቲክስ

soeplepel

ጭልፋ

spatel

መሰቅሰቂያ ዝርግ ማንኪያ

garde

ማደባለቂያ

vergiet

መወጠሪያ

zeef

ወንፊት

rasp

መፈርፈሪያ መሳሪያ

vijzel

ሲሚንቶ

barbecue

የፍም ጥብስ

vuurhaard

የተለቀቀ እሳት

snijplank

መክተፊያ

deegroller

ተንሸራታች መርፌ

kurkentrekker

የጠርሙስ መክፈቻ

blik

ጣሳ

blikopener

የጣሳ መክፈቻ

pannenlap

የማሰሮ መሸፈኛ

wasbak

ሳህን ማጠቢያ

borstel

ብሩሽ

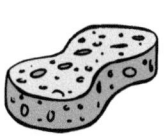

spons

ስፖንጅ

blender

መደባለቂያ መሳሪያ

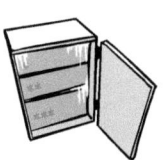

vriezer

በጣም ማቀዝቀዣ

babyflesje

ጡጦ

kraan

ቧንቧ

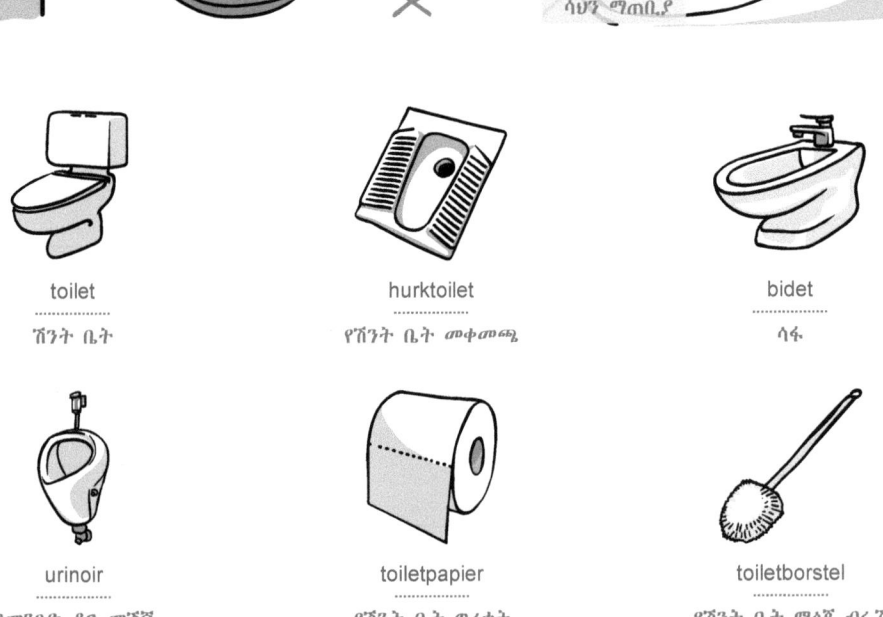

badkamer

መታጠቢያ ቤት

handdoek
ፎጣ
douche
መታጠቢያ
douchegordijn
የመታጠቢያ ቤት መጋረጃ
bubbelbad
የአረፋ መታጠቢያ
bad
የመታጠቢያ ገንዳ
glas
ብርጭቆ
wasmachine
የልብስ ማጠቢያ
kraan
ቧንቧ
tegels
ማዕዘን ወለል
potje
ፖፖ
wasbak
ሳህን ማጠቢያ

toilet
ሽንት ቤት

hurktoilet
የሽንት ቤት መቀመጫ

bidet
ሳፋ

urinoir
የመንገድ ዳር መሽኛ

toiletpapier
የሽንት ቤት ወረቀት

toiletborstel
የሽንት ቤት ማፅጃ ብሩሽ

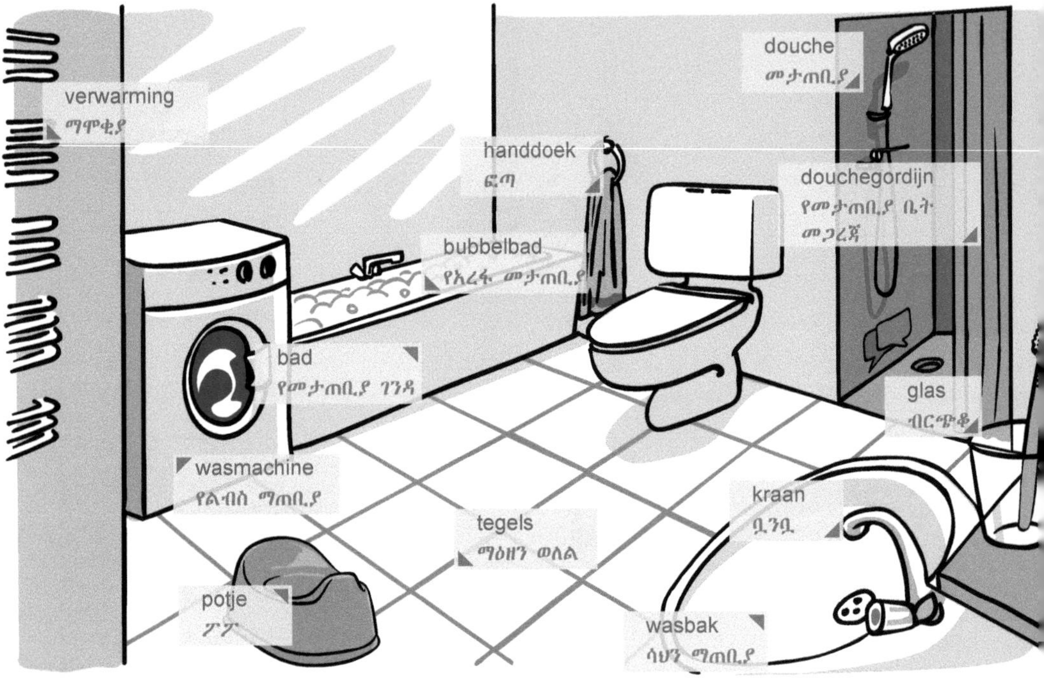

tandenborstel

የጥርስ ብሩሽ

tandpasta

የጥርስ ሙና

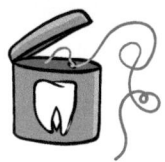

flosdraad

የጥርስ ፅጃ ክር

wassen

መታጠብ

handdouche

የእጅ መታጠቢያ

toiletdouche

መታጠቢያ

waskom

ጎድጓዳ ህን

rugborstel

የጀርባ ብሩሽ

zeep

ሙና

douchegel

መታጠቢያ የሚዝለገለግ ሙና

shampoo

የፀጉር መታጠቢያ ሙና

washanje

ለስላ ጨርቅ

afvoer

ፍ ሽ

creme

ክሬም

deodorant

ጠረን መቀየሪያ ንጥረ ነገር

spiegel

መስታወት

make-upspiegel

የእጅ መስታወት

scheermes

ምላጭ

scheerschuim

የመላጫ አረፋ

aftershave

ከመላጨት በኋላ የሚቀባ ሽቱ

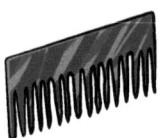

kam

ማበጠሪያ

borstel

ብሩሽ

haardroger

የፀጉር ማድረቂያ

haarspray

በፀጉር ላይ የሚነፋ

make-up

የፊት መቀባቢያ

lippenstift

የከንፈር ቀለም

nagellak

የጥፍር ቀለም

watten

የጥጥ ሱፍ

nagelschaartje

ጥፍር መቁረጫ

parfum

ሽቶ

toilettas

....

ማጠቢያ ባልዲ

kruk

....

መቀመጫ

weegschaal

....

ሚዛን

badjas

....

የመታጠቢያ ልብስ

rubber handschoenen

....

የላስቲክ ጓንት

tampon

....

ሞዴስ

maandverband

....

የፅዳት ፎጣ

chemisch toilet

....

የሽንት ቤት ኬሚካል

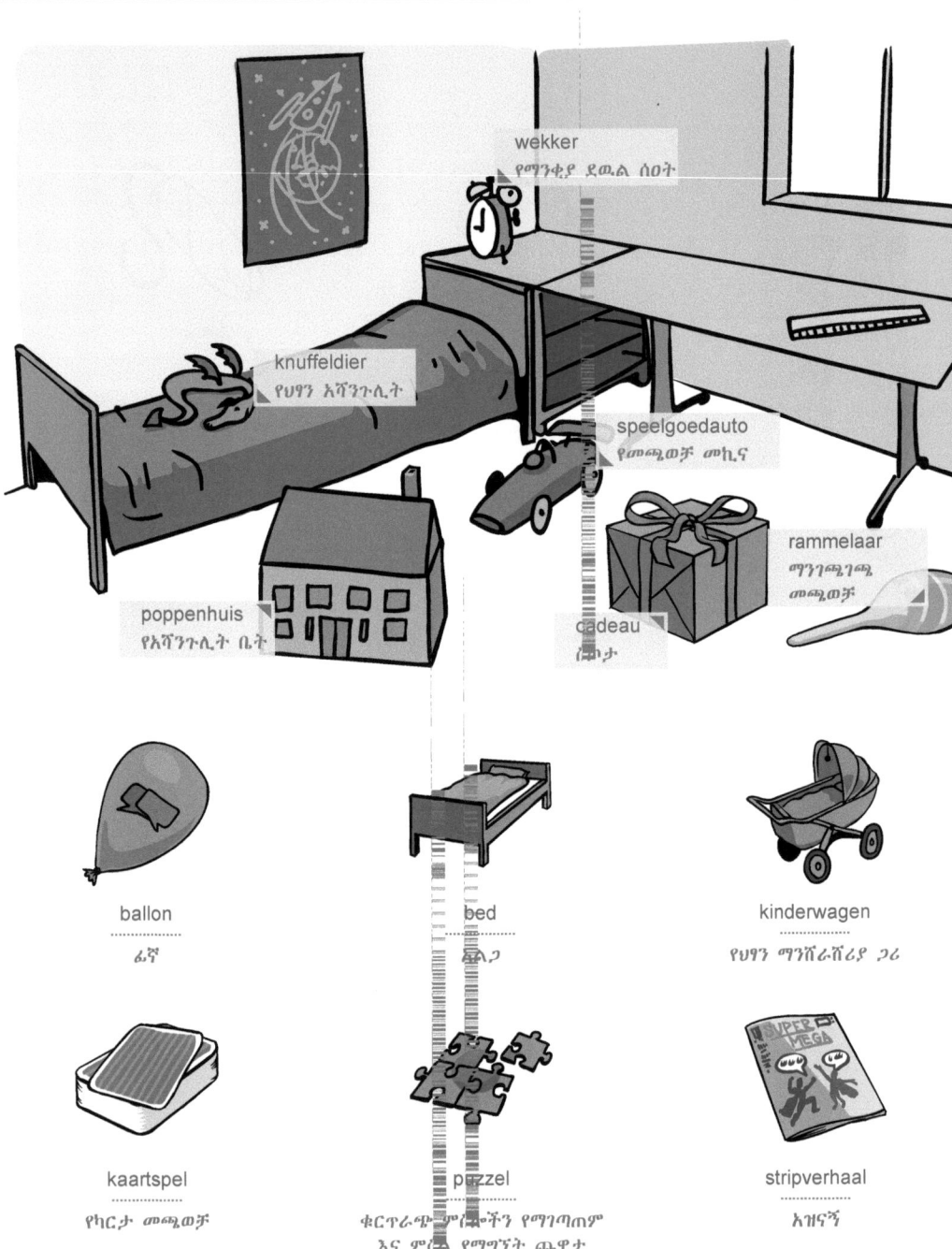

kinderkamer

የልጅ ክፍል

wekker
የማንቂያ ደዉል ሰዐት
knuffeldier
የህፃን አሻንጉሊት
speelgoedauto
የመጫወቻ መኪና
rammelaar
ማንገጫገጫ መጫወቻ
poppenhuis
የአሻንጉሊት ቤት
cadeau
ስጦታ

ballon

ፊኛ

bed

አልጋ

kinderwagen

የህፃን ማንሸራሸሪያ ጋሪ

kaartspel

የካርታ መጫወቻ

puzzel

ቁርጥራጭ ምስሎችን የማገጣጠም እና ምስል የማግኘት ጨዋታ

stripverhaal

አዝናኝ

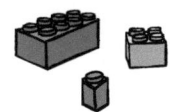

legostenen

ተገጣጣሚ መጫወቻ

speelgoedblokken

የመጫወቻ መገጣጠሚያዎች

actiefiguurtje

የድርጊት ምስል

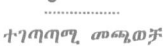

romper

የህፃን እድገት

frisbee

የፕላስቲክ መጫወቻ ዝርግ ሰሀን

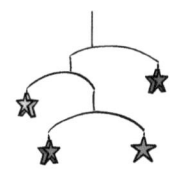

mobile

ተወዛዋዥ የህፃን ማጫወቻ

bordspel

የሰሌዳ ጨዋታ

dobbelsteen

የመጫወቻ ጠጠር

modeltrein

የመጫወቻ ባቡር

speen

የእንጀራ እናት ጡጦ

feestje

ድግስ

prentenboek

የስዕል መፅሀፍ

bal

ኳስ

pop

አሻንጉሊት

spelen

መጫወት

zandbak

የአሸዋ መጫወቻ

schommel

ዥዋዥዌ

speelgoed

መጫወቻዎች

spelcomputer

የቪዲዮ መጫወቻ

driewieler

ባለ ሶስት ጎማ ብስክሌት

teddybeer

የአሻንጉሊት ድብ

kleerkast

ቁምሳጥን

kleding

አልባሳት

sokken

ካልሲዎች

kousen

ስቶኪንጎች

panty

ታይት

sjaal
የአንገት ልብስ

paraplu
ጃንጥላ

T-shirt
ከናቴራ

riem
ቀበቶ

laarzen
ቦቲ

pantoffels
የቤት ዉስጥ ነጠላ ጫማ

sportschoenen
ስኒከሮች

sandalen
ነጠላ ጫማዎች

schoenen
ጫማዎች

rubberlaarzen
የዝናብ ቡትስ

onderbroek
ሙታንታ

beha
ጡት መያዣ

onderhemd
ስደርያ

body

ሰዉነት

broek

ሱሪዎች

spijkerbroek

ጅንስ

rok

ጉርድ ቀሚስ

blouse

ሸሚዝ

overhemd

ሸሚዝ

trui

የሚጠለቅ ሹራብ

hoody

ሹራብ

blazer

ዩኒፎርም ጃኬት

jas

ጃኬት

mantel

ኮት

regenjas

የዝናብ ኮት

kostuum

ልብስ

jurk

ቀሚስ

trouwjurk

የሙሽራ ቀሚስ

pak

ሱፍ

nachthemd

የለሊት ልብስ

pyjama

የለሊት ልብስ

sari

ረጅም ቀሚስ

hoofddoek

ሂጃብ

tulband

ጥምጣም

boerka

ቡርቃ

kaftan

ሽርጥ

abaja

አባያ

zwempak

የዋና ልብስ

zwembroek

አጭር ቁምጣ

korte broek

ቁምጣዎች

trainingspak

የስራ ቱታ

schort

ሽርጥ

handschoenen

ጓንት

knoop

ቁልፍ

bril

መነፅር

armband

አምባር

ketting

የአንገት ሀብል

ring

ቀለበት

oorbel

የጆሮ ጌጥ

pet

ኮፍያ

kledinghanger

የኮት መስቀያ

hoed

ኮፍያ

stropdas

ከረቫት

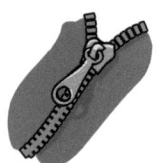

rits

ዚፕ

helm

የብረት ቆብ

bretels

መደገፊያ

schooluniform

የትምህርት ቤት የደንብ ልብስ

uniform

የደንብ ልብስ

slabbetje

መሃረብ

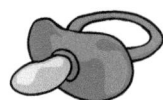

speen

የእንጀራ እናት ጡጦ

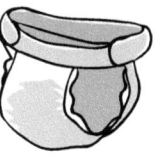

luier

ሽንት ጨርቅ

kantoor

ቢሮ

server
ማሰራጫ ጣቢያ
archiefkast
የፋይል መደርደሪያ ካቢኔ
printer
የህትመት መሳሪያ
papier
ወረቀት
beeldscherm
መቆጣጠሪያ
bureau
መፃፊያ ጠረጴዛ
muis
ማዉዝ
map
ማህደር
toetsenbord
የመፃፊ ቁልፎች
prullenmand
የቆሻሻ ወረቀት መጣያ ቅርጫት
computer
ኮምፒዉተር
stoel
ወንበር

koffiemok

የቡና መጠጫ ትልቅ ኩባያ

rekenmachine

ማስልያ ማሽን

internet

ኢንተርኔት

laptop

ላፕቶፕ

brief

ደብዳቤ

bericht

መልዕክት

mobiele telefoon

ተንቀሳቃሽ ስልክ

netwerk

የግንኙነት አዉታር

kopieermachine

ማባዣ ማሽን

software

ሶፍትዌር

telefoon

ስልክ

stopcontact

የግድግዳ ሶኬት

fax

የፋክስ ማሽን

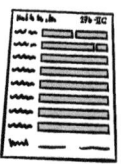

formulier

ቅፅ

document

ሰነድ

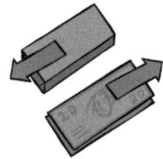

kopen
....
መግዛት

betalen
....
መክፈል

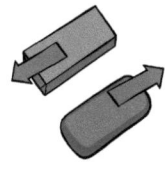

handel drijven
....
መነገድ

geld
....
ገንዘብ

USD

dollar
....
ዶላር

EUR

euro
....
[illegible]

JPY

yen
....
የን

RUB

roebel
....
ሩብል

CHF

Zwitserse frank
....
የስዊ[illegible]

CNY

renminbi yuan
....
ሬንሚንቢ ዩዋን

INR

roepie
....
ሩጲ

geldautomaat
....
የገንዘብ ነጥብ

wisselkantoor

የዉጭ ገንዘብ ምንዛሪ ቢሮ

goud

ወርቅ

zilver

ብር

olie

ዘይት

energie

ሀይል፤ ጉልበት

prijs

ዋጋ

contract

ግንኙነት

belasting

ቀረጥ

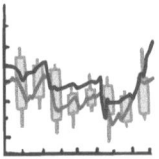

aandeel

አክስዮን

werken

መስራት

werknemer

ተቀጣሪ

werkgever

ቀጣሪ

fabriek

ፋብሪካ

winkel

ሱቅ

beroepen

የስራ ሙያዎች

politieagent
የፖሊስ አዛዥ
brandweerman
የእሳት አደጋ ሰራተኛ
kok
ምግብ አብሳይ
dokter
ዶክተር
piloot
አብራሪ

tuinman

አትክልተኛ

timmerman

አናጢ

naaister

ልብስ ሰፊ ሴት

rechter

ዳኛ

scheikundige

ቀማሚ

toneelspeler

ተዋናይ

buschauffeur

የአዉቶቢስ ሹፌር

taxichauffeur

የታክሲ ሹፌር

visser

አሳ አጥማጅ

schoonmaakster

ፅዳት ሰራተኛ

dakdekker

የጣራ ሰራተኛ

ober

አስተናጋጅ

jager

አዳኝ

schilder

ሰዓሊ

bakker

ጋጋሪ

elektricien

የኤሌትሪክ ሰራተኛ

bouwvakker

ገምቢ

ingenieur

መሃሃዲስ

slager

ልኳንዳ

loodgieter

የቧንቧ ሰራተኛ

postbode

የፖስታ ሰራተኛ

soldaat

ወታደር

architect

መሃንዲስ

kassier

የሒሳብ ሰራተኛ

bloemist

አበባ ሻጭ

kapper

የፀጉር ሰራተኛ

conducteur

ቲኬት ቆራጭ

monteur

መካኒክ

kapitein

ካፒቴን

tandarts

የጥርስ ሐኪም

wetenschapper

ተመራማሪ

rabbi

መምህር

imam

የሙስሊም ሃይማኖታዊ መሪ

monnik

መነኩሴ

pastoor

ካህን

beroepen - የስራ ሙያዎች   55

gereedschap

ሳሪያዎች

hamer
መዶሻ
tang
ተቆላፊ ጉጠት
schroevendraaier
መፍቻ
moersleutel
የመሳሪ መፍቻ
zaklamp
ባትሪ

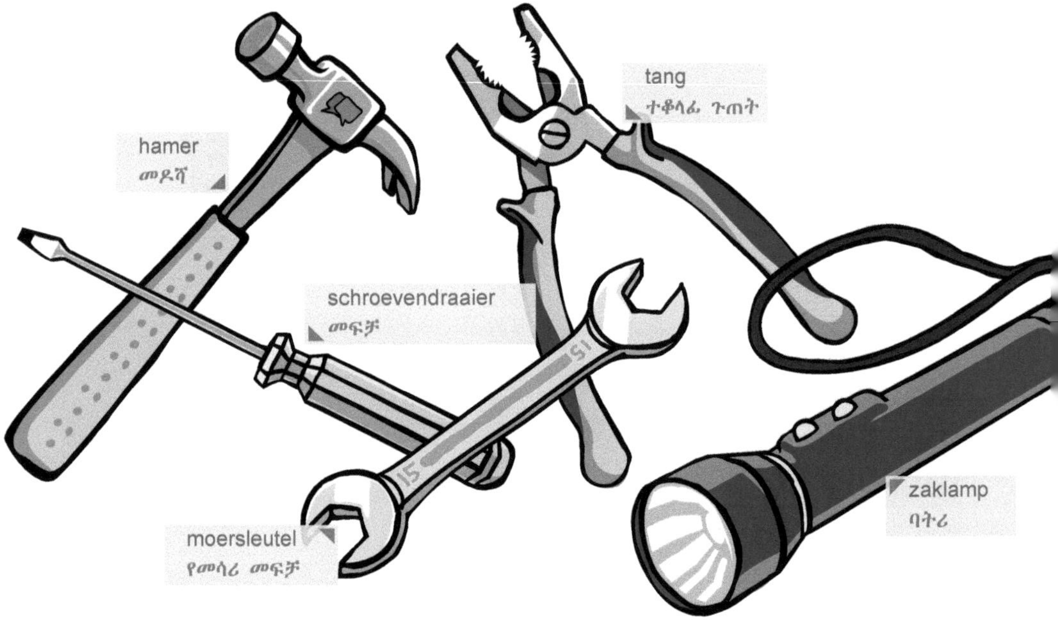

graafmachine

በቁፋሮ የሚዝቅ

gereedschapskist

የመፍቻ ሳጥን

ladder

መሰላል

zaag

መጋዝ

spijkers

ምስማር

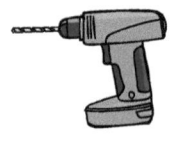

boor

መሰርሰሪያ

repareren

መጠገን

schep

አካፋ

Verdorie!

የተረገመ!

stofblik

ቆሻሻ ማፈሻ

verfpot

የቀለም ቆርቆሮ

schroeven

ብሎን

muziekinstrumenten
የሙዚቃ መሳሪያዎች

luidspreker
የድምፅ ማጉያ መሳርያ
drumstel
የከበሮ መሳሪያዎች
gitaar
ክራር መሰል የሙዚቃ መሳሪያ
contrabas
ድርብ ቤዝ ጊታር
trompet
የትንፋሽ ሙዚቃ መሳሪያ

piano

ፒያኖ

viool

ቫዮሊን

bas

ወፍራም፣ ጎርናና ድምፅ ያለዉ
ክራር መሰል ሙዚቃ መሳሪያ

pauk

ነጋሪት

trommel

ከበሮ

keyboard

በኤሌክትሪክ የሚሰራ ፒኖ

saxofoon

የትንፋሽ ሙዚቃ መሳሪያ

fluit

ዋሽንት

microfoon

የድምፅ ማጉያ

dierentuin

የደር እንስሳት ማቆያ

tijger
ነብር
kooi
ሳጥን
ingang
መግቢያ
zebra
የሜዳ አህያ
dierenvoer
የእንስሳ ምግብ
panda
ትልቅ ድብ

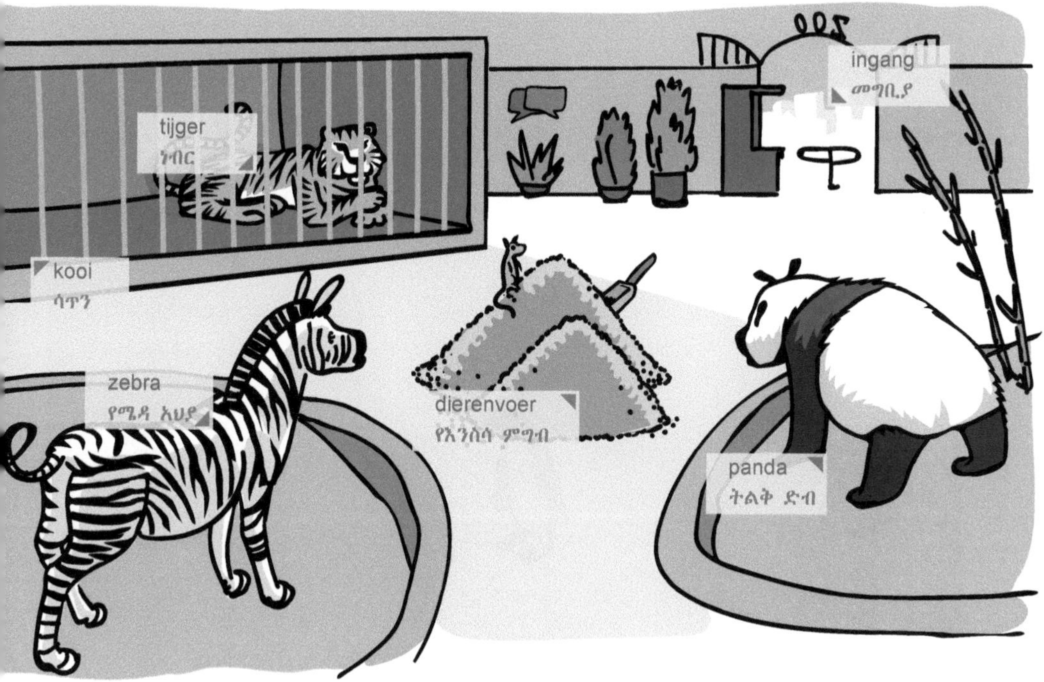

dieren

እንስሳቶች

olifant

ዝሆን

kangoeroe

ካንጋሮ

neushoorn

አዉራሪስ

gorilla

ትልቅ ዝንጀሮ

beer

ድብ

kameel

ግመል

struisvogel

ሰጎን

leeuw

አንበሳ

aap

ጦጣ

flamingo

ቅልጥመ ረዥም ወፍ

papegaai

በቀቀን

ijsbeer

የወዋልታ ድብ

pinguïn

የዋልታ ወፎች

haai

ረጅም ጥርሶች ያሉትአሳ ነባሪ

pauw

ጣዎስ

slang

እባብ

krokodil

አዞ

dierenverzorger

የዱር አራዊት የሚጠበቁበት ማቆያን የሚጠብቅ

zeehond

አሳ በሊታ የባህር እንስሳ

jaguar

የዱር ድመት

pony

ድንክ ፈረስ

luipaard

ነብር

nijlpaard

ጉማሬ

giraffe

ቀጭኔ

adelaar

ንስር

wild zwijn

ከርከሮ

vis

አሳ

schildpad

የባህር ኤሊ

walrus

የባህር አዉሬ

vos

ቀበሮ

gazelle

የሜዳ ፍየል ፤ ሚዳቋ

የስፖርት አይነቶች

American football
የአሜሪካ እግርኳስ
wielrennen
የብስክሌት ስፖርት
tennis
ቴኒስ
basketbal
የቅርጫት ኳስ
zwemmen
ዋና
boksen
የቡጢ ስፖርት
ijshockey
የበረዶ ላይ የገና ጨዋታ

voetbal

እግር ኳስ

badminton

የላበ ኳስ ጨዋታ

atletiek

አትሌቲክስ

handbal

የእጅ ኳስ ስፖርት

skiën

የበረዶ መንሸራተት ስፖርት

polo

ፈረስ ግልቢያ

springen
መዝለል

lachen
መሳቅ

knuffelen
ማቀፍ

zingen
መዘመር

lopen
መራመድ

bidden
መፀለይ

kussen
መሳ

dromen
ህል ማለ

schrijven
መፃፍ

tekenen
መሳል

tonen
ማሳየት

duwen
መግፋት

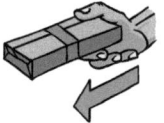

geven
መስጠት

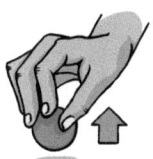

oppakken
መዉሰድ

hebben

መያዝ

doen

ማድረግ

zijn

መሆን

staan

መቆም

rennen

መሮጥ

trekken

መሳብ

gooien

መወርወር

vallen

መዉደቅ

liggen

መዋሸት

wachten

መጠበቅ

dragen

መሸከም

zitten

መቀመጥ

aankleden

መልበስ

slapen

መተኛት

wakker worden

መንቃት

bekijken

....

መመልከት

huilen

....

ማለልቀስ

strelen

....

መጫር

kammen

....

ማበጠር

praten

....

ማዉራት

begrijpen

....

መረዳት

vragen

....

ጥያቄ

horen

....

ማዳመጥ

drinken

....

መጠጣት

eten

....

መብላት

opruimen

....

ማንፃት

houden van

....

ማፍቀር

koken

....

ምግብ ማብሰል

rijden

....

መንዳት

vliegen

....

መብረር

zeilen

መርከብ መንዳት

rekenen

ቁጥሮችን ማስላት

lezen

ማንበብ

leren

መማር

werken

መስራት

trouwen

ማግባት

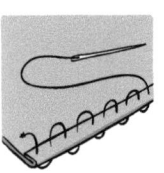

naaien

መስፋት

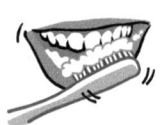

tandenpoetsen

ጥርስ መቦረሽ

doden

መግደል

roken

ማጨስ

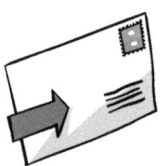

verzenden

መላክ

familie
ቤተሰብ

grootmoeder የሴት አያት

grootvader የወንድ አያት

vader አባት

moeder እናት

baby ሕፃን

dochter ሴት ልጅ

zoon ወንድ ልጅ

gast
....
እንግዳ

tante
....
አክስት

oom
....
አጎት

broer
....
ወንድም

zus
....
እህት

lichaam

አካል

voorhoofd
ግንባር
oog
አይን
schouder
ትከሻ
vinger
ጣት
gezicht
ፊት
kin
አገጭ
hand
እጅ
been
እግር
borst
ጡት
arm
ክንድ

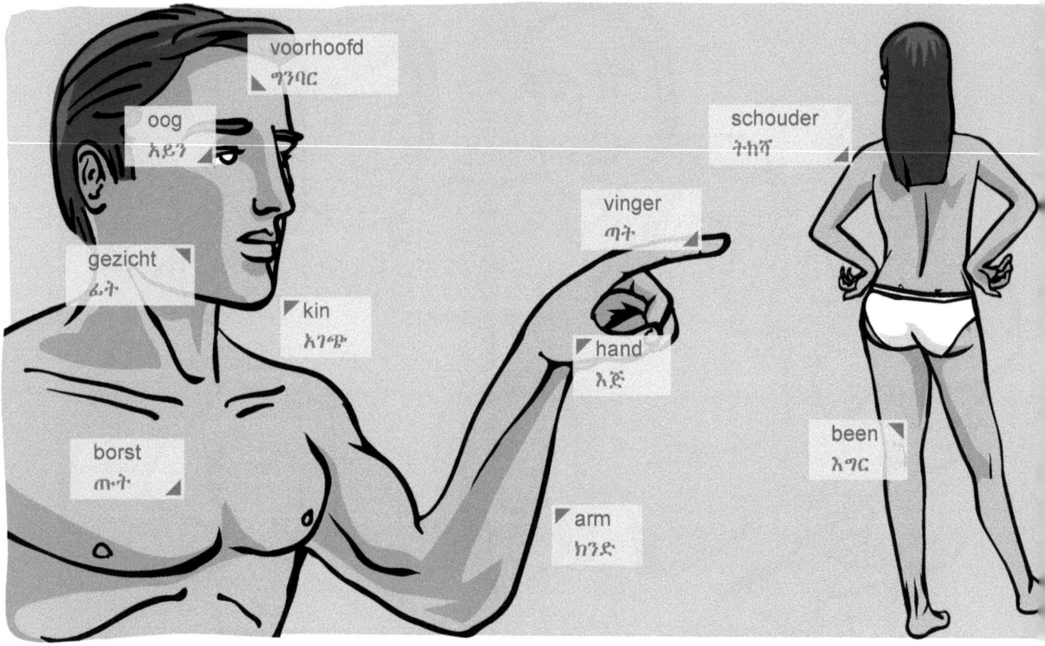

baby

ህፃን

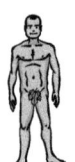

man

ሰዉ

vrouw

ሴት

meisje

ልጃገረድ

jongen

ወንድ ልጅ

hoofd

ራስ

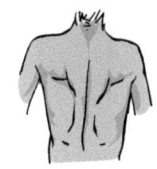

rug

ጀርባ

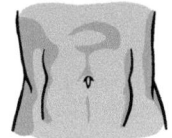

buik

ሆድ

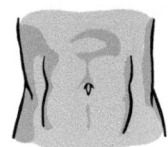

navel

እምብርት

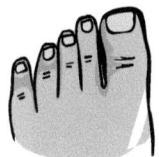

teen

የእግር ጣት

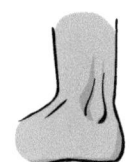

hiel

ተረከዝ

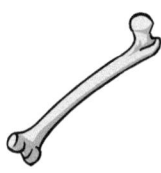

bot

አጥንት

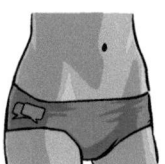

heup

ዳሌ

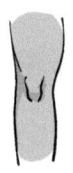

knie

ጉልበት

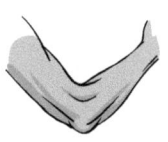

elleboog

ክርን

neus

አፍንጫ

achterwerk

ቂጥ

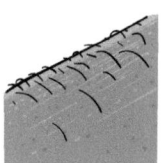

huid

ቆዳ

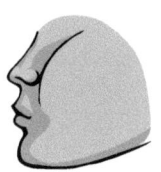

wang

ጉንጭ

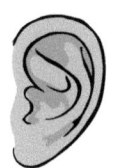

oor

ጆሮ

lippen

ከንፈር

mond

አፍ

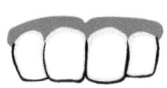

tand

ጥርስ

tong

ምላስ

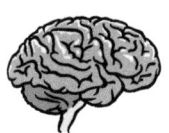

hersenen

አንጎል

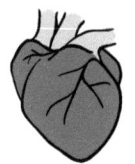

hart

ልብ

spier

ጡንቻ

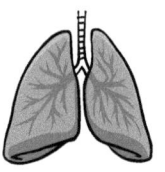

long

ሳምባ

lever

ጉበት

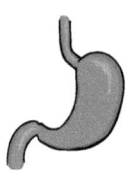

maag

ሆድ

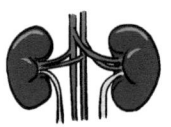

nieren

ኩላሊቶች

geslachtsgemeenschap

የግብረስጋ ግንኙነት

condoom

ኮንዶም

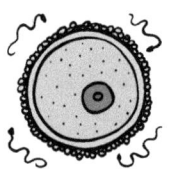

eicel

የሴት እንቁላል

sperma

የዘር ፈሳሽ

zwangerschap

እርግዝና

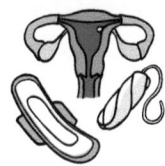

menstruatie

የወር አበባ

vagina

እምስ

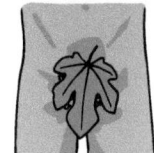

penis

ቁላ

wenkbrauw

ቅንድብ

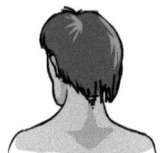

haar

ፀጉር

hals

አንገት

ziekenhuis
ሆስፒታል

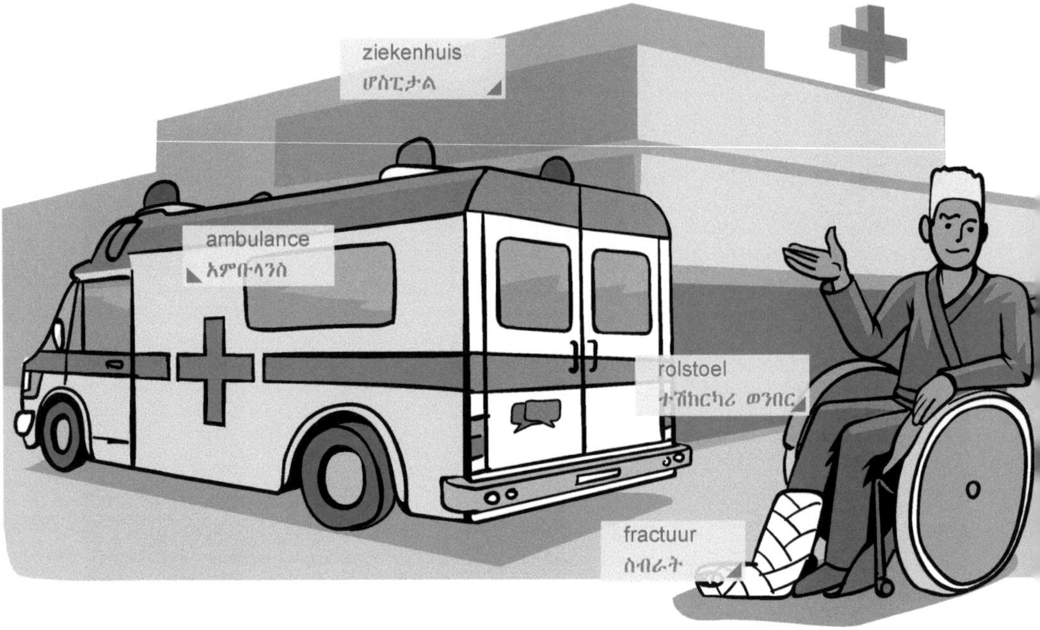

ziekenhuis
ሆስፒታል
ambulance
አምቡላንስ
rolstoel
ተሽከርካሪ ወንበር
fractuur
ስብራት

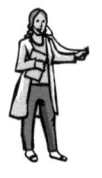

dokter
ዶክተር

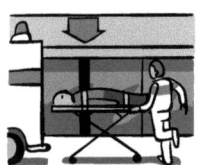

EHBO
ድንገተኛ ክፍል

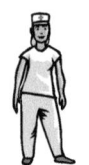

verpleegster
ነርስ

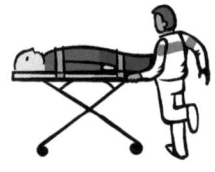

noodgeval
ድንገተኛ

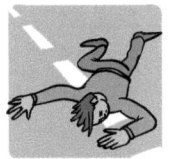

bewusteloos
ራስን መሳት/ አለማወቅ

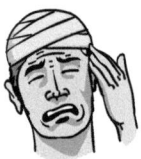

pijn
ህመም

verwonding

ጉዳት

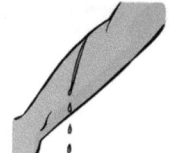

bloeding

መድማት

hartaanval

የልብ ድካም

beroerte

ስትሮክ

allergie

አለርጂ

hoest

ሳል

koorts

ትኩሳት

griep

ኢንፍሉዌንዛ

diarree

ተቅማጥ

hoofdpijn

የራስ ምታት

kanker

ካንሰር

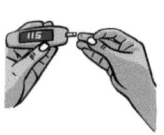

diabetes

የስኳር በሽታ

chirurg

ቀዶ ጠጋኝ ሐኪም

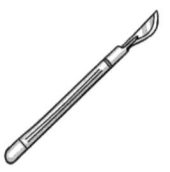

scalpel

የቀዶ ጥገና ስለት

operatie

ቀዶ ጥገና

CT

ሲቲ

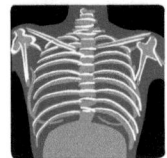

röntgen

ኤክስሬዮ

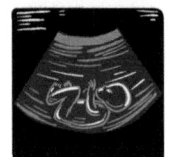

echografie

አልትራሳዉንድ

gezichtsmasker

የፊት ጭምብል

ziekte

በሽታ

wachtkamer

መጠበቂያ ክፍል

kruk

ምርኩዝ

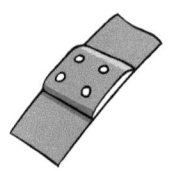

pleister

የ ስል ማሸጊያ

verband

ሻ

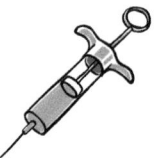

injectie

መርፌ

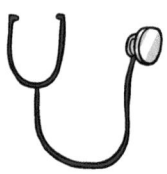

stethoscoop

የልብ ምት ማዳመጫ መሳሪያ

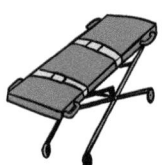

brancard

የበሽተኛ አልጋ

thermometer

የህክምና ሙቀት መለኪያ መሳሪያ

geboorte

መውለድ

overgewicht

ክልክ ያለፈ ክብደት

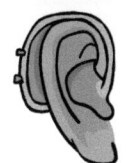

gehoorapparaat

ለመስማት የሚረዳ መሳሪያ

ontsmettingsmiddel

ፀረ ተባይ መድሀኒት

infectie

ማመርቀዝ

virus

ቫይረስ

HIV / AIDS

ኤች አይቪ ኤድስ

medicijn

ህክምና

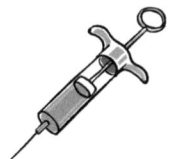

inenting

ክትባት

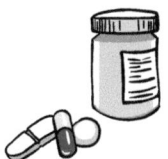

tabletten

ኪኒን

pil

ኪኒን

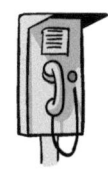

alarmnummer

አስቸኳይ የስልክ ጥሪ

bloeddrukmeter

ም ግፊት መቆጣጠሪያ

ziek / gezond

ህመም/ ጤንነት

noodgeval

ድንገተኛ

Help!

እርዳታ!

alarm

ማንቂያ ደዉል

overval

ጥቃት

aanval

ድብደባ

gevaar

አደጋ

nooduitgang

የድንገተኛ መዉጫ

Brand!

እሳት!

brandblusser

እሳት ማጥፊያ

ongeluk

አደጋ

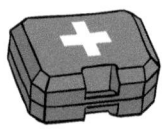

EHBO-koffer

የመጀመሪያ እርዳታ መድሃኒት መያዣ

SOS

ነፍስ አድን

politie

ፖሊስ

Europa

አዉሮፓ

Noord-Amerika

ሰሜን አሜሪካ

Zuid-Amerika

ደቡብ አሜሪካ

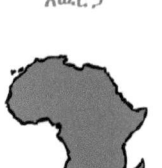

Afrika

አፍሪካ

Azië

እስያ

Australië

አዉስትራሊያ

Atlantische Oceaan

አትላንቲክ

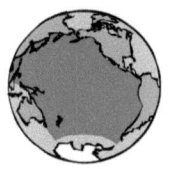

Stille Oceaan

ፓስፊክ

Indische Oceaan

የህንድ ዉቅያኖስ

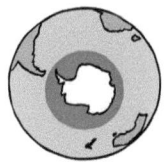

Zuidelijke Oceaan

አንታርክቲክ ዉቅያኖስ

Noordelijke IJszee

አርክቲክ ዉቅያኖስ

Noordpool

ሰሜን ዋልታ

Zuidpool

ደቡብ ዋልታ

Antarctica

አንታርክቲካ

aarde

ምድር

land

መሬት

zee

ባህር

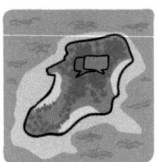

eiland

ደሴት

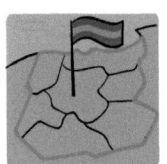

natie

አገርና ህዝብ

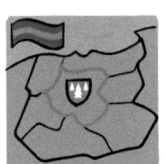

staat

መን ስት

klok

ሰዓት

wijzerplaat

የሰዓት ገፅታ

uurwijzer

ሰዓት

minutenwijzer

ደቂቃ

secondewijzer

ሴኮንድ

Hoe laat is het?

ስንት ሰዓት ነው?

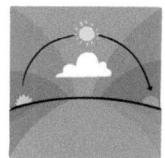

dag

ቀን

tijd

ጊዜ

nu

አሁን

digitaal horloge

የቁጥር ሰዐት

minuut

ደቂቃ

uur

ሰዓታት

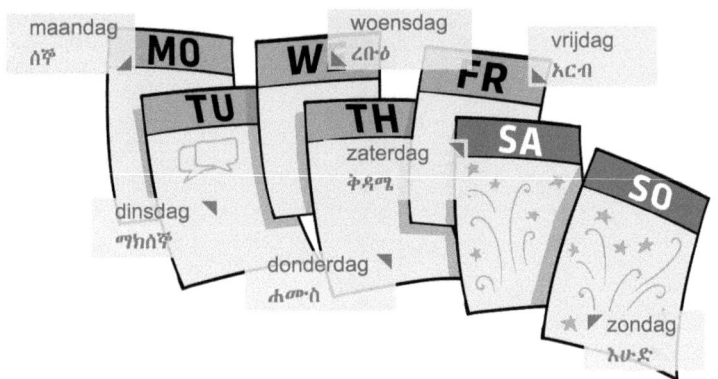

maandag
ሰኞ

woensdag
ረቡዕ

vrijdag
ኣርብ

dinsdag
ማክሰኞ

donderdag
ሐሙስ

zaterdag
ቅዳሜ

zondag
እሁድ

gisteren

ትላንት

vandaag

ዛሬ

morgen

ነገ

ochtend

ማለዳ

middag

ቀትር

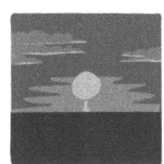

avond

ምሽት

werkdagen

የስራ ቀናት

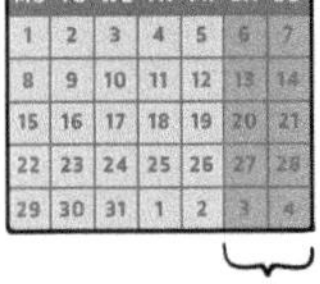

weekend

የዕረፍት ቀናት

jaar

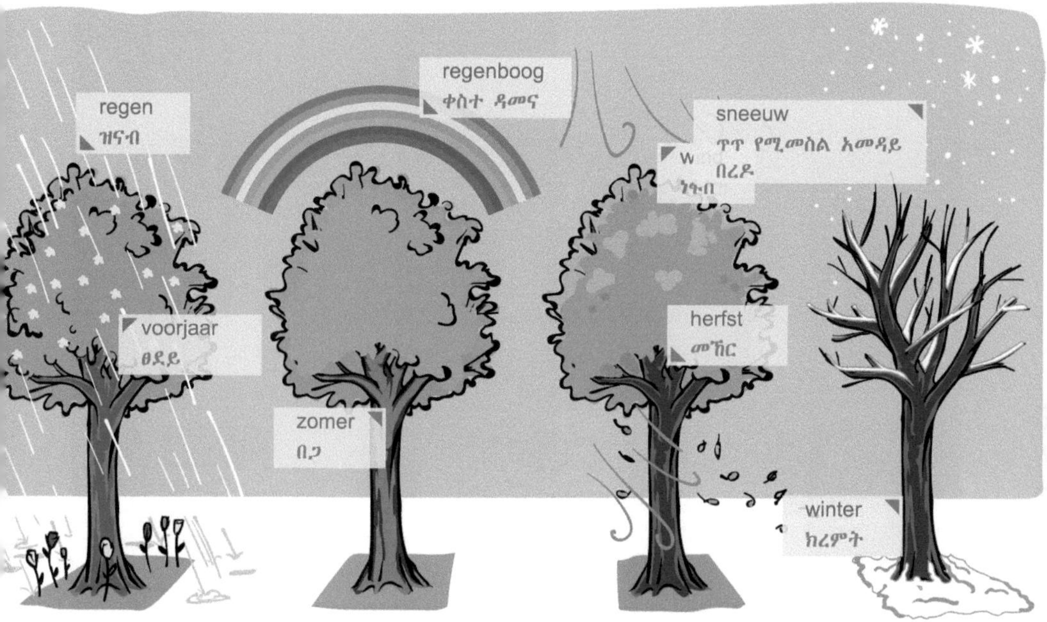

regen
ዝናብ
regenboog
ቀስተ ዳመና
sneeuw
ጥጥ የሚመስል አመዳይ
በረዶ
voorjaar
ፀደይ
zomer
በጋ
herfst
መኸር
winter
ክረምት

weerbericht

የአየር ሁኔታ ትንበያ

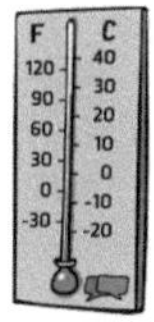

thermometer

የሙቀት መለኪያ

zonneschijn

የፀሀይ ሙቀት

wolk

ደመና

mist

ጭጋግ

luchtvochtigheid

እርጥበታማነት

bliksem

መብረቅ

donder

ነጎድጓድ

storm

አዉሎ ንፋስ

hagel

የበረዶ ዝናብ

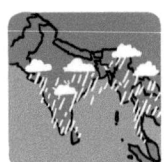

moesson

አዉሎ ንፋስ

overstroming

ጎርፍ

ijs

በረዶ

januari

ጥር

februari

የካቲት

maart

መጋቢት

april

ሚያዚያ

mei

ግንቦት

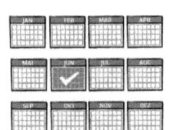

juni

ሰኔ

juli

ሐምሌ

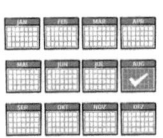

augustus

ነሀሴ

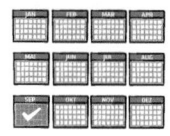

september

መስከረም

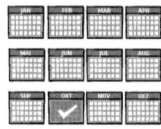

oktober

ጥቅምት

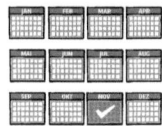

november

ህዳር

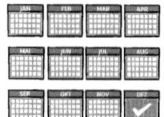

december

ታህሳስ

vormen

ቅርፆች

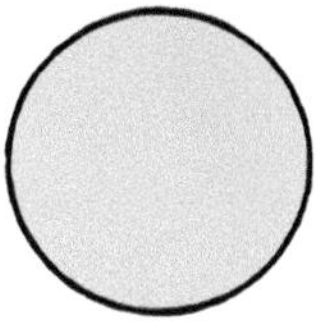

cirkel

ክብ

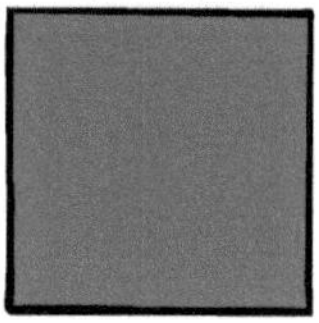

vierkant

አራት ማዕዘን

rechthoek

አራት ቀጥተኛ ማዕዘኖች ጎኖች ያሉት ቅርፅ

driehoek

ሶስት ማዕዘን

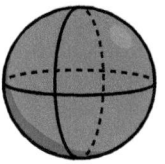

bol

ሉል

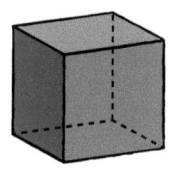

kubus

ስድስት ጎን ያለዉ ቅርፅ

kleuren

ቀለማት

wit

ነጭ

geel

ቢጫ

oranje

ብርቱካናማ

roze

ሮዝ

rood

ቀይ

paars

ወይን ጠጅ

blauw

ሰማያዊ

groen

አረንጓዴ

bruin

ቡኒ

grijs

ግራጫ

zwart

ጥቁር

veel / weinig

ብዙ/ ጥቂት

boos / rustig

ንዴት/ እርጋታ

mooi / lelijk

ቆንጆ/ አስቀያሚ

begin / einde

ጅማሬ/ ፍፃሜ

groot / klein

ትልቅ/ ትንሽ

licht / donker

ደማቅ/ ደብዛዛ

broer / zus

ወንድም/ እህት

schoon / vies

ንፁህ/ ቆሻሻ

volledig / onvolledig

የተሟላ / ያልተሟላ

dag/ nacht

ቀን/ ምሽት

dood / levend

የሞተ/ ህያዉ

breed / smal

ሰፊ/ ጠባብ

eetbaar / oneetbaar

የሚበላ/ የማይበላ

gemeen / aardig

ክፉ/ ደግ

opgewonden / verveeld

ደስተኛ/ ድብርተኛ

dik / dun

ወፍራም/ ቀጭን

eerste / laatste

መጀመርያ/ መጨረሻ

vriend / vijand

ጓደኛ/ ጠላት

vol / leeg

ሙሉ/ ጎዶሎ

hard / zacht

ጠንካራ/ ለስላሳ

zwaar / licht

ከባድ/ ቀላል

honger / dorst

ረሃብ/ ጥማት

ziek / gezond

ህመም/ ጤንነት

illegaal / legaal

ህገወጥ/ ህጋዊ

intelligent / dom

ጎበዝ/ ደደብ

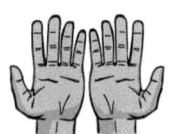

links / rechts

ግራ/ ቀኝ

dichtbij / ver

ቅርብ/ ሩቅ

nieuw / gebruikt

....

አዲስ/ አሮጌ

niets / iets

....

ምንም/ የሆነ ነገር

oud / jong

....

ሽማግሌ/ ወጣት

aan / uit

....

የበራ/ የጠፋ

open / gesloten

....

ክፍት/ ዝግ

zacht / luid

....

ፀጥታ/ ጫጫታ

rijk / arm

....

ሃብታም/ ደሃ

goed / fout

....

ትክክለኛ/ የተሳሳተ

ruw / glad

....

ሻካራ/ ለስላሳ

verdrietig / gelukkig

....

ሐዘን/ ደስታ

kort / lang

....

አጭር/ ረዥም

langzaam / snel

....

ዝግተኛ/ ፈጣን

nat / droog

....

እርጥብ/ ደረቅ

warm / koel

....

ሞቃት/ ቀዝቃዛ

oorlog / vrede

....

ጦርነት/ ሰላም

getallen

ቁጥሮች

0	1	2
nul	één	twee
ዜሮ	አንድ	ሁለት
3	4	5
drie	vier	vijf
ሶስት	አራት	አምስት
6	7	8
zes	zeven	acht
ስድስት	ሰባት	ስምንት
9	10	11
negen	tien	elf
ዘጠኝ	አስር	አስራ አንድ

12

twaalf

አስራ ሁለት

13

dertien

አስራ ሶስት

14

veertien

አስራ አራት

15

vijftien

አስራ አምስት

16

zestien

አስራ ስድስት

17

zeventien

አስራ ሰባት

18

achttien

አስራ ሰስምንት

19

negentien

አስራ ዘጠኝ

20

twintig

ሃያ

100

honderd

መቶ

1.000

duizend

ሺህ

1.000.000

miljoen

ሚሊዮን

talen

ቋንቋዎች

Engels

እንግሊዝኛ

Amerikaans Engels

የአሜሪካ እንግሊዝኛ

Chinees Mandarijn

የቻይና ማንዳሪን

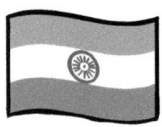

Hindi

ሂንዱ

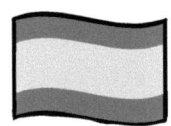

Spaans

ስፓኒሽ

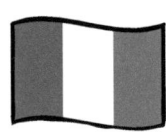

Frans

ፍሬንች

Arabisch

አረብኛ

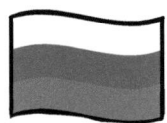

Russisch

ራሺያኛ

Portugees

ፖርቱጊዝ

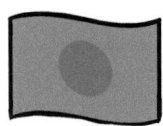

Bengalees

ቤንጋሊ

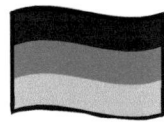

Duits

ጀርመን

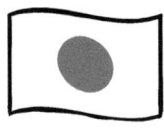

Japans

ጃፓንኛ

wie / wat / hoe
ማን/ ምን/ እንዴት

ik

እኔ

jij

አንተ

hij / zij / het

እሱ/ እርሷ/ እቃዉ

wij

እኛ

jullie

አንተ

zij

እነርሱ

wie?

ማን?

wat?

ምን?

hoe?

እንዴት?

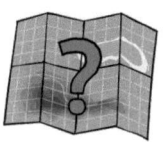

waar?

የት?

wanneer?

መቼ?

naam

ስም

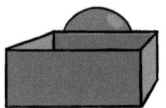

waar

የት

achter

በስተጀርባ

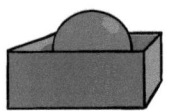

in

ዉስጥ

voor

ከፊት ለፊት

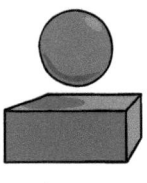

boven

ከላይ

op

ላይ

onder

ከስር

naast

አጠገብ

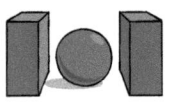

tussen

መሃከል

plaats

ቦታ